நான் உயிரழுத்து

கவிஞர் பாரதி பிரபா

ஏலே பதிப்பகம்

ISBN : 978-93-91423-70-4
Page : 101

உலகெங்கும் உள்ள காதலர்களுக்கு
சமர்ப்பணம்!

சிறக்கவும் சிறகடிக்கவும் வாழ்த்துகிறேன்

''காதல் காதல் காதல்;
காதல் போயின்
சாதல் சாதல் சாதல்'' என்றான் பாரதி.
பாரதி பிரபாவின் இந்தக் 'காதல் உயிரெழுத்து'
நூலை வாசிக்கையில், காதலை இவர் சுவாசிக்கிறார்
என்பது தெரிகிறது.

முதன்முறையாகக் கவிதை எழுதுகிற யாவர்க்கும்
காதல் உணர்வுதான் முந்திவந்து முகம் காட்டுவது
வழக்கம். பிரபாவும் இதற்கு விதிவிலக்கு அல்ல. ஒரு
குறிப்பிடத்தக்க   வித்தியாசம்.   .   .   ஆண்
பார்வையிலான   காதலை   கவிதைகள்
ஆக்கியிருக்கும்   இவர்   ஒரு   பெண். ஆணின்
உணர்வுகளை ஆண் மட்டும்தான் சொல்ல முடியும்
என்பதொன்றும் விதி இல்லையே.
தலித்   இலக்கியத்தை   தலித்   அல்லாதோரும்
படைக்கலாம் என்பது போல், ஆணின் காதல்
தவிப்பையும்,   தகிப்பையும்   ஒரு   பெண்ணாலும்
எழுத்தில் வெளிப்படுத்த முடியும் என்பதற்கு இந்தக்
கவிதைகளே சான்று.

இத் தொகுப்பில் என்னைப் பெரிதும் கவர்ந்த கவிதை
'காதல் காலம்'. ஒரு மழை நாளின் சிலிர்ப்புகளைச்
சிலாகிக்கும் கவிதை அது. அதன் ஈற்றடியில்
சொல்கிறார்...
''மழை வந்தால் வெயில் பிடிக்கும்.
மழைக்குப் பின் கிடைக்கும் அமைதி பிடிக்கும்.''
''சித்திரை மாதம் மழையைத் தேடி வாடுகின்றாய்!

மார்கழி மாதம் வெயிலைத் தேடி ஓடுகின்றாய்'' என்ற கவியரசர் கண்ணதாசனின் உளவியல் உண்மை அதில் பளிச்சிடுகிறது.

தமிழ் எழுத்தாளர்களிடையே பெண்களுக்குச் சம உரிமை கிடையாது. இலக்கியம் படைக்கும் பெண்களோ மிகச் சிறுபான்மையினரே. அதிலும் கவிதை படைப்போரே அதிகம்.

பெண் எழுத்துகளுக்கு உரிய அங்கீகாரம் கிடைப்பது அரிதினும் அரிது ! இத்தகைய இலக்கியச் சூழலில் எழுதுகோல் பிடிக்கும் பெண்களை ஏந்திப் பிடிப்பது என் போன்றோரின் இலக்கியக் கடன்.

பிரபாவுக்கு நல்ல தமிழ் நடையும், கவி மனமும் வாய்த்திருக்கிறது. சமூக மாற்றத்துக்கான நெம்புகோல் படைப்புகளை அவர் தனித்துவமாக எழுதிச் சிறக்க வேண்டும், சிறகடிக்க வேண்டுமென பாரதி பிரபாவை வாழ்த்துகிறேன்.

G. திலகவதி ஐ.பி.எஸ் (ஓய்வு)
காவல்துறை இயக்குனர்

வலியில் மூழ்கி நினைவில் மிதக்கும் சொற்கள்....

காதல் சூரியனைப் போன்றது. மலர்களைப் போல நமது மனங்களையும் தாழ்திறந்து வைப்பது. அகத்திலும் புறத்திலும் விளக்கேற்றி வைப்பது. பூமியைக் காயவைத்துக் கொண்டிருக்கிறதே என்று யோசிக்கிறபோது வானத்திலிருந்து மழையாக வருவது. அதனால்தான் பாரதி சூரியனை தீராத இளமையுடையதாக - உலகின் கண்ணாக உயிர்தரும் உயிராகக் கொண்டாடுகிறான்.

'காதல் உயிரெழுத்து' என்று பாரதி பிரபா தனது காதல் கவிதைகளின் தொகுப்புக்குப் பெயரிட்டிருக்கிறார். சாதி, மதம் கடந்து காதலை ஆனந்தமான சுதந்திர உணர்வாக உணரும் இதயத்தின் துடிப்பை இந்தக் கவிதைகளில் பார்க்க/கேட்க முடிகிறது.

> "இப்படியே உன்னோடு
> வாழ்ந்துவிடலாம்
> என்று நினைக்கும்
> வாழ்க்கை ஒன்று.
> எப்படியெல்லாம் உன்னோடு
> வாழ வேண்டும் என்று
> கற்பனையில் உன்னோடு
> நான் வாழ்ந்துகொண்டிருக்கும்
> வாழ்க்கை மற்றொன்று"

வலியில் மூழ்கி நினைவில் மிதக்கும் சொற்களால் காதலை வரைந்து காட்டுகிறார் பாரதி பிரபா.

நூலாசிரியர் ஒரு பெண்ணாக இருந்தும் ஆண் குரலெடுத்துப் பேசுகிற காதலின் ஆண்மனத் தவிப்புகளையே நிறைய எழுதியிருக்கிறார். ஆண்டாள் பாடிய தமிழில் பாரதி பிரபாவுக்கு ஏனிந்த தயக்கம் என்று புரியவில்லை. பெண்மனத்தின் பெருங்காதலை வெளிப்படுத்துவதில் அவரது மொழிக்கும் வெடிப்புற-வியப்புற உரைக்கிற பெண்கவிகள் நிறைய எழுதுகிறார்கள்; நிறைவாகவும் எழுதுகிறார்கள்.

பாரதிபிரபாவின் எழுத்து, கூடுடைத்துப் பறக்கத் துடிக்கிற வண்ணத்துப்பூச்சியின் பயணத்தை ஒத்திருக்கிறது. எழுத எழுத அவரது சிறகுகள் விரியும்.

என்றென்றும் அன்புடன்

23.8.2.1

பழநிபாரதி

என்னுரை

யாராலும் காதலர்களை எண்ணிக்கையில் அடக்கிவிட முடியாது. ஆனால் காதல் என்பது என்றுமே ஒன்று. அகிலம் முழுவதும் காதல் என்பதை பொதுவாக தான் போற்றப்படுகிறது. ஒட்டுத் மொத்த காதலர்களாலும் காதல் கொண்டாடப்படுகிறது. அதனை யாரும் மறுக்கவே முடியாது அதன் அடிப்படையில் தான் காதல் என்பது உயிர் எழுத்து என்று என் கவிதை புத்தகத்திற்கு பெயர் சூட்டியுள்ளேன்.

சிலருக்கு சந்தேகம் கூட வரலாம். காதல் என்பது எப்படி உயிரெழுத்து ஆகும் என்று "காதலர்களுக்கு உயிர் என்பது எவ்வளவு முக்கியமே. அதை விட பல பலமடங்கு முக்கியம் காதல் என்ற உயிரெழுத்து".

"காதலுக்கு அழிவு என்பதில்லை என்று அனைவரும் தெரிந்த ஒன்று தான். ஒருவேளை காதலுக்கு அப்படி கடைசி என்ற இருந்தால் கடைசி காதல் எனதாக இருக்க வேண்டும் இந்த இருபதாம் நூற்றாண்டில். ஒவ்வொரு மனிதனும் பணம், பதவி, பட்டம், புகழ் எல்லாம் இளமையிலேயே தேடி தேடி ஓய்ந்த பின் தான் வாழ்நாள் கடைசியில் தான் காதலை தேடுகிறோம்.

கடைசி நாட்களில் தான் உண்மையிலே உண்மையான காதலை தேவைப்படுகிறது. இறந்த காலம், நிகழ்காலம், எதிர்காலம் என்று மூன்று காலங்களும் வாழ்ந்து கொண்டு இருக்கிறது. இதில், இறந்த காலங்களில் நினைவுகளிலும், நிகழ் காலங்களில் காதலையும், எதிர் காலங்களில் கனவையும் மட்டும் தான் இந்த காதலுக்கு சுமக்க தெரிகிறது.

கடைசி காதலர்கள் உள்ளவரை
கடைசிவரை காதல் வாழும்!😀🤍

கவிஞர் பாரதி பிரபா

நன்றி!

திருமதி.கோ.திலகவதி IPS (ஓய்வு), சென்னை
கவிஞர். பழநிபாரதி, சென்னை
தமிழ்மாமணி புலவர் வெ.அனந்தசயனம்,
புதுச்சேரி
கவிஞர். வழ.வி.அகத்தியன், விழுப்புரம்
கவிஞர். கு.பாக்கியராஜ், விருத்தாசலம்
கவிஞன் மொழி, திருநெல்வேலி
திரு.கு.பிரகாஷ், சேலம்
மற்றும் பலர்

குடும்ப உறுப்பினர்கள், உயிர் நண்பர்கள்,
கவிஞர்கள், மற்றும் வாசகர்கள்.

அவள் நினைவுகள்!

நினைவுகள் எல்லாம்
மனதில் ஓரமாய்
எங்கே ஒரு இடத்தில்
பொக்கிஷமாக தான்
பாதுகாக்கப்படுகிறது!

அவள் நினைவுகளும்
அப்படி தான் பாதுகாக்கிறது
என் மனம்!

ம்ம்ம்ம்!

பொக்கிஷமாக தான்
வைத்து உள்ளேன்
உன் நினைவுகள்
எல்லாம்!

என்னவளே
உன்னைப் போல் தான்!
உன் நினைவுகள்
எனக்கும்!

உன் காதலோடு மட்டும்
அல்ல!
உன் நினைவுகளோடும்
நான் வாழ்கிறேன்!

கடந்த காதல்!

மனமோ ஏதோ ஒன்றை
மறக்க நினைக்கிறது!
நினைவோ ஏதோ ஒன்றை
நினைக்க துடிக்கிறது!

மறக்கவும் முடியாமல்!
நினைக்கவும் முடியாமல்!
மறந்தது போல் நடித்தும்
நினைக்காமல் இருக்க முயன்றும்!

தோற்று போகிறது
அன்பு!
வெற்றி பெறுகிறது
காலம்!

காதல் கவிதை!

கவிதை எழுத மறந்தேன்
காதல் சொல்ல மறந்தேன்
உன்னை கண்ட நொடியில்
உனக்காக எழுதிய கவிதை
சொல்லவா?
உன்னை கண்ட நொடியை
மனதில் வந்த காதலை சொல்ல வா?

கவிதை எழுதி பின்
காதல் தொடங்க வில்லை!
காதல் வந்த பின்பு தான்
கவிதை எழுதினேன்!

சின்னஞ்சிறு அசைவு
எல்லாம் வாசித்து தான்
என் கவிதைகள்!
பொற்சிலை அழகை
எல்லாம் வர்ணித்து
வர்ணித்து வாழ்கிறது
என் கவிதைகள் மொத்தமும்!

முதல் காதல்

பலரது முதல்
காதல் இப்படி தான்
வாழ்ந்து கொண்டு
இருக்கிறது!

பிரிந்த காதல்
அல்ல;
என் முதல்
காதல்!

சில ஆண்டுகள்
நான் காதலித்தேன்
ஒரு தலையாக!
சில ஆண்டுகள்
இருவருமே காதலித்தேன்
சிறந்த காதலர்களாக

காதலித்தோம்!
பிரிந்தோம்!
காதலித்து
பிரிந்தோம்!

சில நாட்கள் முன்
அவளுக்கு திருமணம்
வேறு ஒருவருடன்
என்று தெரிந்தும்?

காதலை
தியாகம் செய்தேனோ?

இல்லை காதலியை
தியாகம் செய்தேனோ
என்றே தெரியவில்லை!

அவளுக்கு திருமணம்
ஆன பின்னும்!
தவறு என்று தெரிந்தும்
திருட்டு தனமாக
காதலித்து கொண்டு
இருக்கிறேன் இன்றும்
நான்!

எனக்கு நீ கிடைத்தால்?

ஓர் நாளில் கண்ட
கனவு என்றால்!
விழித்த உடனே
விட்டு இருப்பேன்!

இரவெல்லாம்
தேடி அலையும் நீயும்!
பகலெல்லாம்
தேடி அலையும் நானும்!

தேடித் தேடி
தேயும் காலம்!
சொல்லி தீருமா?
எனக்கு நீ கிடைத்துடனே
"முத்தம் வைத்து முத்தம்
வைத்து" காதலை
கொட்டித் தீர்ப்பேன் பார்?

அன்று தெரியும்
என் காதல் உனக்கு!

காதல் காலம்!

மழைக்காலங்களில்
எனக்கு மழை மட்டும்
பிடிப்பதில்லை!

மழைக்கு முன் வரும்
வானவில் ரசிக்க
பிடிக்கும்!

மழைத்துளிகளை
கைகளில் பிடித்து
விளையாடப் பிடிக்கும்!

பிம்பங்களில்
விழுந்த மழைத்துளிகளில்
அவள் பெயர் எழுதி
ரசிக்க பிடிக்கும்!

மழையில் மழலையாக
துள்ளி விளையாட
பிடிக்கும்!
குளிர் மழையில்
கொஞ்சம் தேனீர்
அருந்துவது
பிடிக்கும்!

மழையில் கொஞ்சம்
கவிதை எழுதப் பிடிக்கும்!

இலை மேல்
விழுந்த மழைத்துளிகள்

தலை மேல்
விழுவது பிடிக்கும்!

மழைக்கு முன்
வீசும் மண்வாசனை
பிடிக்கும்!
மழைத்துளிகளின்
சங்கீத இசை கேட்கக்
பிடிக்கும்!

துளி துளியாய் சேர்ந்து
ஓடும் நதிகள் பிடிக்கும்!
தனி தனியாய் சேர்ந்து
இருக்கும் குட்டைகள்
பிடிக்கும்!

மழையில் குடை
பிடிக்க பிடிக்கும்!
மழைக்கு பயந்துப்
ஓட பிடிக்கும்!

மழை வந்தால்
வெயில் பிடிக்கும்!
மழைக்கு பின்
கிடைக்கும் அமைதி
பிடிக்கும்!

மறக்கமுடியாத காதல்!

இன்று ஒரு அழகான கனவு
எப்பொழுதும் கலையாத கனவு
என்று கூட சொல்லலாம்!
என் அத்தனை அத்தனை எதிர்பார்ப்பும்
இந்த ஒற்றை கனவு வந்து
நிறைவேற்றி சென்று விட்டது!

எனக்கு இது எதிர்பாராத விதமாய்
இருந்தது!
இனி ஏதோ ஒன்றாய் எதிர்பார்க்க
அமைந்தது!

ஆவலோடு காத்துக் இருக்கிறேன் அதே
கனவு இன்று தொடர கூட என்று!
ஆசையாய் காத்துக் இருக்கிறேன் இதே
கனவு நிஜமாக வேண்டும் என்று!

என் இத்தனை நாட்கள் ஏக்கம் எல்லாம்
அந்த நொடி தீர்த்து விட்டது!
என் இத்தனை நாட்கள் ஆசையெல்லாம்
அந்த நொடி அதிகரித்து விட்டது!

மனமெல்லாம் நினைத்து நினைத்து
கொண்டாடுகிறதே!
கணமெல்லாம் கனவோடு வாழ்கிறேன்
உன்னோடு நான்!

கடற்கரை பயணம்!

ஆயிரம் ஆயிரம் காதலர்கள்
காலச்சுவடுகள் மத்தியில்...
காவியம் பதித்த காலச்சுவடு
நம் காதல்!

உன் பின் நான் தொடர்கிறேன்!
எனக்கு முன் நீ செல்கிறாய்!
நம்மோடு இணைந்து நம்
காதல் நடைபோடும் நாள்தோறும்!

முன்பெல்லாம் கடற்கரை மணலில்
மணல் வீடு கட்டிக் கொண்டு இருந்தோம்!
இப்பொழுது எல்லாம் நம்

கால்சுவடு மணலில் காதல் வீடு
கட்டி வாழ்கிறோம்!

கண்ணம்மா!

எனக்கு மட்டும் உன்னோடு
வாழ்வதற்கு இரண்டு
வாழ்க்கையடி கண்ணம்மா!

உனக்காக ஒரு முறை பிறந்த
இந்த உலகத்திலே உன்னோடு
மற்றொரு வாழ்க்கை வாழ்ந்து
கொண்டு இருக்கிறேன்
உன்னோடு நானம்மா?

யாருக்கு கிடைக்கும்
இந்த வரம்!
இதுவரை யாரும் வாழ்ந்திடாத
இந்த வாழ்க்கை
கண்ணம்மா!

அங்கும் உன்னோடு
நான் வாழ்வதற்கு எனக்கு
காதல், கண்ணீர், பிரிவு,
ஆனந்தம், காமம், கவிதை,
முத்தம், உயிர், சுவாசம், ஆசை
இவையனைத்தும் கட்டாயமாக
தேவை தான் படுகிறது
எனக்கு கண்ணம்மா!

இப்படியே உன்னோடு
வாழ்ந்து விடலாம்
என்று நினைக்கும்
வாழ்க்கை ஒன்று!
எப்படி எல்லாம் உன்னோடு
வாழ வேண்டும் என்று
நான் கற்பனையில் உன்னோடு
நான் வாழ்ந்து கொண்டு
இருக்கும் மற்றொரு
வாழ்க்கை ஒன்று!
போதும்மடி கண்ணம்மா!

இந்த ஆனந்தமே எனக்கு!
வேண்டும்மடி செல்லம்மா
எல்லையில்லாத காதல்
உன்னோடு மட்டும் எனக்கு
கண்ணம்மா!

முத்தம் அதிகாரம்!

ஒரு சின்ன முத்தம்
போதுமடி ஒரு சில
மணித்துளி!
நான் அப்படியே
உறைந்து விடுவதற்கும்!
நான் இப்படியே
செத்து விடுவதற்கும்!
முத்தமா அது?
மொத்தமாய் விற்பனை
செய்யக் கூடாத
என் காதலுக்கு!

நீ எனக்கு ஒரு முத்தம்
கொடுத்தால்!
நான் உன்னிடம்
திரும்ப திரும்ப ஓராயிரம்
வாங்க தான் நினைப்பேன்!

எதற்கும் நீ
ஒரு முத்ததோடே
நின்று விடு!
ஏனெனில்,
நான் அடுத்த நாளும்
ஏங்க வேண்டும்!

அந்த ஒற்றை
முத்தத்திற்கும்,
அந்த ச்ச்ச் என்ற
சத்தத்திற்கும்!

அப்பப்பா
அப்படி ஒரு ஆனந்தம்
எதிலும் கிடைத்ததில்லை
என் கண்ணம்மா!

உன்னோட வரவால்!

இதயத்தில் இருந்து கொண்டு
இமயத்தை அடைகிறாய்!
உள்ளத்தில் இருந்து கொண்டு
உயிரில் ஊடுருவுகிறாய்!

சிரிக்கும் போதும் நீதான்
நினைவுக்கு வருகிறாய்!
அழும் போதும் நீதான்
நினைவுக்கு வருகிறாய்!

நிழலோடு நடந்த காலம் போய்!
நினைவுகளோடு நடக்கிறேன்!
தனிமையில் வாழ்ந்த நாட்கள் போய்!
காத்திருந்து வாழ்கிறேன்!

உன்னோட வரவால்
உன்னோட வருகைக்காக
காத்திருக்கிறேன் கண்ணம்மா!

உன் ஞாபகம்!

நீ எங்கே என்று உன்னை
நான் தேடிக் கொண்டு
இருக்கும் போது!
உன்னை பார்த்து நானும்
என்னை பார்த்து நீயும்
ஒரு சிறுபுன்னகை செய்திருந்தால்
அத்தோடு தீர்ந்து இருக்கும்
என் ஏக்கம்!
ஆனால்,
உன்னை தேடித் கொண்டே
நான் கடந்து சென்றால்!
என்னோடு தொடர்ந்து விடுகிறது
உன் ஞாபகம்!

தனிமையின் ரகசியம்!

பேசி கொண்டே
இருக்கலாம்!
ரசித்து கொண்டே
இருக்கலாம்!
நேசித்து கொண்டே
இருக்கலாம்!

காலையும் மாலையும்,
தெரியாமல்!
இந்திரனும் சந்திரனும்,
வரும் வழி தெரியாமல்!

கிழக்கும் மேற்குமாய்
உன் விழியும் என் விழியும்
பார்த்து பார்த்து
மறையும் போதெல்லாம்!

காதல் கிறுக்கு தலைக்கு
ஏறும்!
காதல் மயக்கம் மண்டைக்கு
இறங்கும்!

மயக்கும் விழி
போதை கொள்ளும்!
நான்கு விழியும்
காதல் கொள்ளும்!

காதல் வழி மாற
வேறு வழியில்லை!
இதயம் வாழ
வேறு காதல் இல்லை
எனக்கு!

காதல் தீர்ப்பு!

என் எழுதுகோல் மூலம் என்
காதலுக்கு ஒரு தீர்ப்பு எழுத
வேண்டும் நீ!

என் கவிதை எல்லாம்
திரும்ப திரும்ப உனக்காக
எழுத வேண்டும்!
என் காதல் தேவதையே...

என் காதல் நீதிமன்ற
தராசு தேவதையே!
என் காதல் வழக்கு
என்னவென்று நீ மட்டும்
வாசித்துத் பார்!

நிரபராதி என்று எனை
விடுதலை செய்யாமல்!
குற்றவாளி என்று சிறை செய்!

உன் தீர்ப்பை திருத்தி எழுது
திரும்ப திரும்ப மூன்று
எழுத்தில் எனக்காக
எனக்கான தீர்ப்பு எழுது!

என் என்னவளே (பேனா)!

♥

தாஜ்மஹால்!

எத்தனை எத்தனை காதலர்கள்
சுவாசிக்கும் காதல் இது!
எத்தனை எத்தனை காதலர்கள்
நேசிக்கும் காதல் இது!

எத்தனை எத்தனை கவிஞர்கள்
வாசித்த காதல் இது!
எத்தனை எத்தனை கவிஞர்கள்
கவிதை எழுத வைத்த காதல் இது!

இந்துக்களுக்கும் காதல் என்றால்
இது தான்!
முஸ்லிம்களுக்கும் காதல் என்றால்
இது தான்!
கிருத்துவர்களுக்கும் காதல் என்றால்
இது தான்!

எவ்வித சாதி பாகுபாடும் இல்லை!
எவ்வித மத பாகுபாடும் இல்லை!
எவ்வித இனம் பாகுபாடும் இல்லை!

சாதி, மதம், இனம் என்ற பாகுபாடு
இன்றி!
எத்தனை எத்தனை காதலர்கள்
காதலோடு ஒன்று கூடி வாழ்கிறார்கள்
பார்!

நம் தேசம் சுதந்திரம் அடையவில்லை
இன்னும் எங்கும்!
ஆனால்? காதல் சுதந்திரம் அடைந்தது
விட்டு என்றோ இங்கு!

யார் வேண்டுமானாலும் காதல்
செய்ய சுதந்திரம் உண்டு!
யாருக்கும் காதலை பிரிக்க உரிமையில்லை!
யாராலும் காதலை அழிக்கவே
முடிவதில்லை!

காதல் என்ற மூன்று எழுத்தில்
சுதந்திரம் கிடைக்கும் எனில்
இந்த சுவாசத்தை தான்
சுவாசிக்க விரும்புகிறேன் நான்!
இந்த நேசத்தை தான்
நேசிக்க விரும்புகிறேன் நான்!
இந்த வார்த்தையை தான்
வாசிக்க விரும்புகிறேன் நான்!
இந்த கவிதையை தான்
எழுத விரும்புகிறேன் நான்!

எங்கும் பார்த்தாலும் காதலர்கள்
கால் சுவடுகள் பதித்து போய் கிடக்கிறது!
எங்கும் பார்த்தாலும் காதல்
கால் தடங்கள் பதித்த வைத்து இருக்கிறது!

இந்த காதலர்கள் கூட்டத்தில் நானும் காதலித்து
கொண்டு தான் இருக்கிறேன்!
நாளும் இந்த காதலை!

மரணம் அழைக்கும் கடைசி நொடியில்
தாஜ்மஹாலின் காதல் மடியில் அமர்ந்து
கொண்டு எனக்கும் கவிதை
கிறுக்க ஆசை தான்!
காதலை பார்த்தப் படியே இந்த காதலர்களுக்கு
உயிர் பிரியும் நொடிக்குள் எழுத முடித்துக்
விட வேண்டும்!

என் முதல் ஆசையும் இது தான்
என் கடைசி ஆசையும் இது தான்!

காதல் துடிப்பு!

அர்த்த சாமமும் நேரமும்
கிடையாது!
ஆருயிரை அர்ப்பணிக்கும்
இந்த காதலுக்கு!

உன் உயிருக்குள் என்
இதயம் வாழ்ந்தும்!
என் உயிருக்குள் உன்
இதயம் வாழ்ந்தும்!

உன்னை அறியாமல் என்
மேல் ஆசை வளர்க்கும்!
என்னை அறியாமல் உன்
மேல் ஆசை வளர்க்கும்!

எவரும் அறியாமல் காதல்
கொள்ளலாம்!
யாரும் அறியாமல் ஊடல்
கொள்ளலாம்!

உனக்காக துடித்து துடித்து
என் இதயம் வாழும்!
எனக்காக துடித்து துடித்து
என் இதயம் வாழும்!

இதயத்துடிப்பாய் நிறுத்திவிட்டு
காதல் துடிப்பாய் கற்று
கொடுக்கலாம்?
காதல் துடிப்பை காதில் கேட்டு
காதல் காற்றை மட்டும்
சுவாசிக்கலாம்!

வாழ்ந்து கொண்டே
மரணம் சந்திக்கும்!
வாழ்ந்து கொண்டே
பிறப்பு எடுக்கும்!

உனக்கும் எனக்கும்
காதல்!
எனக்கும் உனக்கும்
காதல்!

காதல் விடை!

எங்கு தேடித் தேடிப் பார்க்கிறாய்
திரும்ப திரும்ப என்னை தேடித்
தேடிப் பார்க்கிறாய்!

நான் விடை பெற்ற பின்னும்
உன் விழிகள் எதையே தேடித்
தேடிப் பார்க்கிறது!
நான் விடை பெற்ற நொடியில்
இருந்து நொடிக்கு நொடி எதையோ
காண துடிக்கிறது உன் விழிகள்!

நான் விடை பெற்று விட்டேன்
என்பதற்காக வா!
இல்லை!
நான் திரும்ப உன் விழி முன்
வர வேண்டும் என்பதற்காக
வா?

நிச்சயம் இதற்கு உனக்கு
தான் பதில் தெரியும்!
நீயாய் தேடித் தேடிப் பார்த்து
இதற்காக பதில் அளிக்க
வேண்டும்!

உன் ஏக்கத்தையும் நான்
பார்க்கவில்லை!
உன் விழிகளையும் நான்
பார்க்கவில்லை!
உன் விருப்பங்களும் நான்
அறியவில்லை!

உன் காதல் என்னவென்று
தெரிந்தும் தெரியாது!

எனக்கு இன்றும்
ஆதலால்!

நீ சொல்லி தான் நான்
அறிய வேண்டும்!
உன் விழிகள் தேடி
நான் அலைகிறேன்!

நீ என்றாவது சொல்லி
விடுவாய் என்று!
காதலே...!

உனக்கான கவிதை!

உனக்காக நான் எத்தனை
கவிதை எழுதினாலும்!
என் அத்தனை காதல்
வரிகளிலும் அடங்கும் உன்னில்!

உள்ளதை உள்ளபடியாய் உள்ளம்
உனக்காக கவிதை எழுத துடிக்கும்!
உள்ளம் எல்லாம் உன்னையே
எண்ணி எண்ணி அடம்பிடிக்கும்!

என் அத்தனை கவிதை
வரிகளும்!
உனக்காக எழுதினாலும் உன்னோடு
வாழ்கிறேன்!

இனி எத்தனை
கவிதைகள் எழுதினாலும்!
இனி என் கவிதைகளிலும்
நம் காதல் வாழும்!

காதலர் தினம்

காதல் இல்லாத இடமென்று
ஒன்று உண்டா?
காதல் காவியம் படைக்காத
காதலர்கள் எவராவது உண்டா?

கருவறையிலும் காதல்
உண்டு!
கல்லறையிலும் காதல்
உண்டு!

முதல் நாள் தொடங்கி
வாழ்நாள் இறுதி நாள் வரை "காதல்"
உலகமெங்கும் கொண்டாடப்படுகிறது
போற்றப்படுகிறது தினம் தினம்
"காதலர்கள் தினமாய்"!

வாழ்நாட்கள் முழுவதும்
காதல் நிறைந்து விட
அது தான் "வரம்"!

காதல் செய்யாதவர்கள்
கூட "காதல் காதல்" என்று
பலமுறை உச்சரிக்கும்
தினம் "காதலர்கள் தினம்"!

காதலை மறந்தவர்கள்
கூட "காதலை" திரும்ப திரும்ப நினைவூட்டும்
தினம் "காதலர்கள் தினம்"!

ஒரு பனித்துளி யின்
கடைசி ஆசை!

என் கேள்விக்கு பதில்
கூற வந்த காற்று கூட!
என் உயிருக்கு சுவாசம்
தந்து செல்லுகிறது!

வாசமாய் பூத்த பூவெல்லாம்
சுவாசமாய் உயிரில் சூடுகிறது!
காதல் பூமாலை யாக..

நெஞ்சுக்குள் துளி ஈரம்
புதிதாய் துளிர!
பனித்துளிக்குள் சிறு
துளியாய் தவிழ்கிறேன்!

பகலவன் வந்து கறைந்து
விடுமோ என்ற பயம்!
பனித்துளியாய் உறைந்து
இருக்கும் என் காலை வேளையில்?
என் பக்கத்தில் விழுந்து
கிடக்கும் பனித்துளி எல்லாம்!
சிறு சிறு பனித்துளிகளாக
உருகும் போது
சிறுவெள்ளமாக மாறுவது
கண்டதும் உள்ளம் பதறி விட்டது?

மரணம் என்னை
நெருங்க வர இன்னும் சில
நொடிகள் தான்?
மார்பு அடைகிறது மூச்சு
திணறுகிறது!

எனக்கு என்று ஒரு மயானம்
கூட இல்லை?
புதைந்த இடம் தெரியாமல்
மடியப் போகிறோம்!

மறுபடியும் காலை வேறு
வேறு சில துளிகள் அவதரிக்கும்?
சில நொடிகள் வாழ வேண்டுமென்று
அலுப்ப ஆசையில்?

சில நொடிகளில் பிறந்து சில
நொடிகளில் இறந்து விடுகிறோம்!
சில துளிகளிலோ மடிந்து
விடுவது எங்களுக்கு விருப்பம் இல்லை

எங்களுக்கும் நீண்ட வாழ்நாள்
வேண்டுமென்று ஆசை வர கூடாதா?
எனது கடைசி ஆசை கேள்
"இறைவா! இன்னொரு ஜென்மம்
நான் எடுத்தால் இது போல் மரணம்
எங்களுக்கு வேண்டாம்?"

எங்களுக்கு பல ஆண்டுகள்
வாழ்நாளாக வேண்டாம்!
சில நாட்கள் வாழ்ந்தால்
போதும்?

சில நாட்கள் நதிகளோடு
நதிகளாக ஓடி ஆட வேண்டும்!
சில நாட்கள் கடலோடு
கடலாக துள்ளி ஆட வேண்டும்!

எங்களுக்கும் மயானம்
வேண்டும்?
நாங்கள் வாழ்வதற்கு
அடையாளமாய்!

ஒரு கல்லறை
வேண்டும்?

வெறுமையான இரவு!

இயற்கை அழகை
இப்படியா ரசிப்பது?
விண்மீன்கள் எல்லாம்
போட்டி போட்டு நீ அழகா?
நான் அழகா? என்று ஜொலிக்க!

ஞானமே இல்லாமல் பெண் ஒருத்தி
உலகம் முழுவதும் நிர்வாணமாய்
நின்றும் யாரும் காணவில்லை!
எவர் கண்ணுக்கும் அவள் அழகு
தெரியவில்லை!
கண்களை மூடி கொண்டு
கற்பனை உலகில் வாழ்கிறோம்!
இரவு என்பது எதற்கு
உறக்கம் கொள்ள வா?
இறக்கம் இல்லையே இந்த
கடவுளுக்கு!

எதையே தேடிக் கொண்டும்
எதையே இன்பம் என்றும் ரசித்து
கொண்டு இருக்கும்!

இரவிற்கு யாரும் ரசிக்காத நிலவு
எதற்கு?
யாரும் க(வி)தை எழுதாத
இரவு எதற்கு?

ரசிப்பதற்கு நீ!

நேரத்தை கூட கடத்த
முடியாமல்!
நீண்ட நேரமாக உன்னை
காண்கிறேன்!

நீ எவ்வளவு
அழகென்று!
என் கண்கள் இவ்வளவு
நேரம் எழுதிய க(வி)தை
சொல்லும்!

பசி மறந்து போனேன்!
அடுத்த வேளை உணவிற்கு
மட்டும் அல்ல;
அடுத்த நாள் உணவிற்கும்
உன்னை தின்று பசி தீர்த்து
கொண்டதால்!

பார்வையில் பாதி
உயிர் பறி போகும் வேளையில்;
தேடலில் மீதி
உயிர் அலைந்து திரிகிறது
அங்கும் இங்குமாய்!

முத்தம் கணக்கு!

நாள்தோறும் சேகரிக்கப்பட்ட
முத்தம்!
நாள்தோறும் எண்ணிய
முத்தம்!

நான் கேட்டு வாங்கி
முத்தம்!
நீ கேட்டு நான்
தந்த முத்தம்!

சரிபாதியாக முத்த
கணக்கு ஈடாகவில்லை!
இடையே நீயும் நானும்
தந்து கொண்ட
முத்தம் சேர்ந்தால்!

முத்த(ம்)மொழி!

என்னவளே!
நீ மொழிப்பெயர்த்த
மொழிகளில் எனக்கு
பிடித்த மொழி என்றால்
உன் உதடு பட்டு
இனிக்கும் முத்தமடி!

சப்த நாடிகள் எல்லாம்
சிலிர்க்க என்னில்
நீ மொழிப்பெயர்க்கும்
முத்த(ம்)மொழி!

வெண்ணிற தேவதை!

அனுதினமும் அவதரிக்கும்
நிலவே அவசரம் ஏன்!
அந்தி வானம் பூத்த பின்னே
மெது மெதுவாய் நீ வா!

மெதுவாய் தொட வேண்டுமென
முயற்சிக்கிறேன்!
மிருதுவான உன் அங்கங்களின்
அந்தரங்கம் அறியும் ஆவலில்!

அந்தி வானில் ஆடைகள் இல்லாமல்
நிர்வாணமாய் நீ நின்றும்!
சிறிதும் அங்கங்களை காட்டாமல்
நிற்கிறாய்!

கருப்பு உடை அணிந்த
வெள்ளை நிலவே!
ஒவ்வொரு இரவிலும் கவர்ச்சியின்
சூத்திரம் காண்கிறேன்!

கவிஞனின் கண்களில்
படும் போதெல்லாம்!
வர்ணித்து வர்ணித்து
ரசிக்கிறேன் வெண்ணிலவாய்
உன்னை!

காதலர்கள் கண்களில்
படும் போதெல்லாம்!
சங்கமித்து சங்கமித்து
சலிக்கிறான் தேன்நிலவாய்
உன்னை!

கடைசி கவிதை!

கடைசி நிமிடம்!
கடைசி பக்கம்!
கடைசி வார்த்தை!
கடைசி கவிதை!

உனக்கென்று
நான் எழுத ஆசை!
எனக்கென்று
நீ படிக்க ஆசை!

நன்றி கூற
வேண்டும்!
மன்னிப்பு
கேட்க வேண்டும்!

காதலை கூற
வேண்டும்!
கடைசி துளி கண்ணீரில்
நனைய வேண்டும்!

நினைவுகளை
கூற வேண்டும்!
நினைத்ததை எல்லாம்
கூற வேண்டும்!

ஒற்றை வரியில்
ஒன்றினைந்து!
என்னில் உன்னை
இணைத்திட வேண்டும்!

யாரும் அழிக்க முடியாத!
யாரும் திருட முடியாத!
யாரும் மறக்க முடியாத!
யாரும் கொடுக்க முடியாத!

முதலில் தொடங்கி
முடிவும் வரை!

உன் பெயர்
எழுத வேண்டும்!
ஆம்ம்ம்ம்ம்!
நாம் இதழ்கள் இரண்டும்
இணைத்து முத்தம் ஈரத்தில்
உன் பெயரை எழுத
வேண்டும்!

கடைசி பக்கத்தில்!
கடைசி கவிதையாய்!

நீ சம்மதம் கொடுத்து
நான் சரணடைய
வேண்டும்!

நித்தம் நித்தம்
நீயே கதியென்று!
தேடித் தேடிப்
நான் விதிமோட்சம்
அடைய வேண்டும்!

உயிராலும்!
உணர்வாலும்!
உன்னை என்னில்
உணர வேண்டும்!
யாதுமானவளே...

கஞ்சதனமாக காதல்!

மனம் எங்கே
தொலைந்து!
எதையே தேடித் தேடிப்
அலைகிறது!

எதிலும்
பதில் இல்லாமல்!
எளிதில்
பறிபோகிறது!

பாவி மனம்!
பாதியில் காதல்
தேடி!

கண்மூடித்தனமான
காதல் கண் என்றும்!
கஞ்சதனமாக காதல்
எனக்குள்ளும் உனக்குள்ளும்
அடங்கும்!

நீயா? நானா?

என்னை அறியாமல்
உன்னை நினைக்கிறேன்!
மனம் அறியாமல்
மனம் தொலைக்கிறேன்!

என்னை மறந்த
நொடி எதுவென்று
தெரியவில்லை?

உன்னை நினைக்காத
நொடி எதுவென்று
தெரியவில்லை?

என் உயிரில்
நீயாய்?
உன் உயிரில்
நானா?

நீயாய்? நானா? என்று
போட்டி போடுகிறாய்
என்னவள் நீயும்?
நீயாய்? நானா? என்று
போட்டி போடுகிறது
எனதுயிர் காதலும்?
என்றும்...

காதல் தேசம்

யாருமில்லாத தேசங்கள்
நமக்கென்று செய்து!
யாவரும் இதுவரை செய் அறியா
காதலை நீயும் நானும்
காதல் செய்வோம்!

முத்தம் மொத்தமாய்
கொட்டிக் தீர்க்கும்!
குட்டி குட்டி உதடுரேகை அனைத்தும்
சிந்தி சிதறிய
குட்டி குட்டி முத்தக் தீவுகள்!

விழிகள் பேசும் மௌன
மொழிகள் எல்லாம்!
இமயம் முதல் குமரி
வரை இனி காதல் மொழி!

குட்டி குட்டி சண்டைகள்
எல்லாம் பிரித்து சென்ற
அண்டைய நாடு!
அவ்வப்போது
பொழியும் காதல் எல்லாம்!
அவ்வப்போது
கொட்டி தீர்க்கும் மழைத்துளி
பனித்துளி அக்னி பொறி!

பொழுதுபோக்காக போகும்
பாதைகள் எல்லாம்!
பொதுவாய் அமைந்த
காதல் கைரேகை!

கடல் மையமாக
பயணம் செல்லுகையில்
நாம் காதல் மீன்கள்!
ஆகாச மையமாக
பயணம் செல்லுகையில்
நாம் காதல் பறவைகள்!

நீயும் நானும் வாழும்
தேசம் முழுவதும்!
காதல் நேசம் முழுவதுமாய்
நிறைந்திருக்கும்!
நம் தேசம் காதல்!

மரணிக்கும் இன்பம்!

உன்னை நினைக்கும்
போதெல்லாம்!
நான் மரணிப்பது
உண்டு!

காதலால் மெது
மெதுவாய்!
நினைவுகளால் அணு
அணுவாய்!

முத்தங்களால்
அவ்வப்போது!
யுத்தங்களால்
சிறுது சிறுது நேரம்!

தினம் தினம் உன்னை
நினைக்கும் போதெல்லாம்
மீண்டும் மீண்டும்
வந்து விடுகிறது இந்த
மரணம் பயம் எனக்குள்!

மறுபிறவி என்ற
ஒன்றில்லை எனில்!
மறுநொடியே மீண்டும்
நான் பிறந்து இருக்க
மாட்டேன்!

மீண்டும் மீண்டும் எத்தனை
முறை மரணம் சந்தித்தாலும்!
மீளமுடியாத உன்
ஞாபகம் தான் என்னில்
மீண்டும் மீண்டும்!

உன்னை நினைக்கும்
போதெல்லாம் நான்
மரணிக்கும் இன்பம்!
ஆனந்தத்தின் ஆனந்தமடி!

காகித நினைவு

நீயில்லாபொழுதில்
நெஞ்சுக்குள் வாழும்
உன் அத்தனை
நினைவுகளோடும் நானும்
கொஞ்சம் பேசிக் கொள்வதற்கு
சற்று நேரம் தேவை தான்!

கண்ணீர்களுடனும்!
ஆனந்தத்துடனும்!
நினைத்து நினைத்து
நிறைய வேண்டும்
மனம் முழுவதும்
அவள் நினைவாய்!

அனுதினமும்!
அப்படியே!

அவளுடன் வாழ்ந்த
அத்தனை
நினைவுகளும்
நாள்தோறும் சேகரிக்கப்பட
தான் வேண்டும்..!

காகிதங்களில்
நான்!

காதல் நெஞ்சம்!

கண்டும் காணாமல்
கண்களை காண்பது
போல்,
கண்ட கனவில்
காதல் காண்பது
போல்,

கறைந்து போகும்
கண்ணீர்த்துளியே!
வான் மழையே
என் உயிர்த்துளி!

காதல் செய்யும்
ஆசையாய்!
காதல் வயது வந்து
தூண்டில் போட!

கண்கள் காணும்
காட்சியெல்லாம்
காதல் பிழையாக
பிறக்கிறது!

இதயம்
காதல்! காதல்! காதல்!
என்றே துடிக்கிறது!

இதயம் முப்பொழுதும்
இப்படித்தான் துடிக்குமா?
என்ற சந்தேகம் இப்போது
தான் வந்தது!

இதயம்
காதலுக்கென்றே...
பிறந்தா?

காதல்
இதயத்திற்கு என்றே
கிடைத்தா?

காதல் பிரிந்தால்
இதயம் உடைந்து விடும்!
இதயம் உடைந்தால்
காதல் பிரிந்து போகும்!

காதல் வேறு
இதயம் வேறு
அல்ல!

காதலும்
இதயமும்
இணைந்த
நெஞ்சம் நம் உறவு!

நானும் ஒரு கவிஞனாய்?

கனவெல்லாம்
காகிதத்தில் கிறுக்கிறேன்!
கவிஞன் என்ற கனவு
ஒரு நாள் நிஜம் ஆகுமென்று!

எழுத்துக்கள் சேர்த்தேன்!
உணர்வுகள் கோர்த்தேன்!
கற்பனைகள் வளர்த்தேன்!
நினைவுகள் சேகரித்தேன்!

காகிதங்கள் கசக்கினேன்!
எழுத்தாணியை எழுத வைத்தேன்!
மனிதன் என்பதை மறந்தேன்!
கவிஞனாகவே பிறந்தேன்!

என்னை மறந்தேன்!
ஏதோ நினைத்தேன்!
தலையெழுத்து எழுதியது
நான் கவிஞன் என்று!

பொய்கள் பிடித்தது!
காதல் இனித்தது!
கண்கள் ரசித்தது!
மௌனம் புரிந்தது!

பிடித்தது பிடிக்கவில்லை!
பிடிக்காதது எல்லாம் பிடித்தது!
பிடிவாதம் பிடித்தது என்
கவிதை எல்லாம் என்னில்
இருந்து பிறப்பதற்கு!

கண்ணீர் கறைந்தது!
அன்பு வாக்கியமானது!
காதல் கவிதையானது!
கனவு பொய்யானது!

நானும் ஒரு கவிஞன்
என்பதை விட!
நானும் ஒரு கவிதை என்பதில்
பேரானந்தம் எனக்கும்!
நானும் ஒரு கவிஞனாய்

காதல் அறிமுகம்

சிரிக்க மறந்த
காற்றும்!
சிலிர்த்து போகும்
காதல் சுவாசக்காற்று
தீட்டி!

மண்ணில் விழும்
மழைத்துளி எல்லாம்!
ஜனனம் எடுக்கும்
காதல் கால்தடம் பட்டு!

இதயம் மோதிக் கொள்ளும்
இரு விழிகளிலும்
மௌனம் பிறக்கும்
காதல் பார்வை பட்டு!

அனலாய்!
அலையாய்!
உடல் கொதிக்கும்
காதல் முத்தம் பட்டு!

என்னமோ!
எண்ணமாய்!
எண்ணி கொண்டு
காதல் என்ற ஒன்றாய்
காதல் உள்ள வரை!
வாழும் காதல்!

ஒரே ஒரு தேவதை !

பெண்களில் இவள்
அழகில்லை!
பெண்களுக்கு இவள்
அழகு!

பிரம்மன் படைத்தவள்
அல்ல!
கம்பன் படைத்த
கவிதை இவள்!

தேவதை என்பது
இவள் அழகில்லை!
தேன் சொட்டும்
இவள் இதழ்!

இவளை சிலை
செதுக்குபவன் தான்
சிற்பி!
இவளை கவிதையை
எழுதுபவன் தான்
கவிஞன்!

வலிகளோடு பிறக்கும் கவிதை

என்னில் எப்பொழுதும்
கவிதை வெளிபட்டாலும்!
என்னில் எப்பொழுதும்
கவிதை எழுதப்பட்டாலும்!

ஒன்று வலிகளோடு
பிறக்கும்!
இல்லையெனில்,
நினைவுகளோடு
பிறக்கும்!

❤️

மழைத்துளி!

உன் அளவில்லா
காதலில்!
நான் மட்டும்
பேரானந்தமாய்
நனைகிறேன்!

ஏனோ
என் இதயத்தில்
பிறக்கும் நீயும்!
உன் இதயத்தில்
நானும்!

என் கண்களில்
நீயும்!
உன் கண்களில்
நானும்!

என் உடலில்
நீயும்!
உன் உடலில்
நானும்!

ஒன்றோடு
ஒன்றாக
கரையும்
போது!

என் கவிதை
மோட்சம்
பெறும்
உனக்குள்!

உன் நினைவு
கசந்து ஓடும் என்
காதல் கரையில்!

போதும்!
வேண்டாம்!
என்று உன்னை
நான்
தடுக்க மாட்டேன்!

தழுவிக்கொள்ள
தழும்பு இன்றி
என்னை!

தவறில்லை!

உன்னோடு கொஞ்சிய
ஆனந்தத்தை விட!
உன்னோடு நானும்
மழையாகி நனைவதில்
தான்!

எனக்கு
பேரானந்தம்!
உனக்கு
ஏகாந்தம்!
எக்கனம்!
ஒன்றாக கரைவோமோ!
அக்கனம்!

ஆனந்த மழையாகி
நீயும்!
காதல் மழையாகி
நானும்!
காதலோடு உறைந்து
போகலாம்!

காத்திருக்கேன்!

உன் சாரல் முத்தம்
என் இதழில்
நனைந்து விட!

காதல் ஒன்று போதும்!

எந்த கொடிய நோயும்
என்னை தாக்கினாலும்!
அந்த மனநோயும்
என்னை தாக்கவில்லை!

உந்தன் மனம் வாடும்
என்ற எண்ணம் மட்டும்!
இன்று எந்தன் மனநோயிற்கு
காரணம்!

அன்பாக நீ
இருக்க!
ஆறுதலாக
நீ இருக்க!

காதலாக
நீ இருக்க!
காற்றாக
நீ இருக்க!

மருந்தாக
நீ இருக்க!
மனமாக
நீ இருக்க!

உயிராக
நீ இருக்க!
உறவாக
நீ இருக்க!

நம்பிக்கையாக
நீ இருக்க
தன்னம்பிக்கையாக
நீ இருக்க!

நானாக
நீ இருக்க!
நீயாக
நான் இருக்க!

இனி எத்தனை நோய்
வந்தாலும்!
உந்தன் காதல் என்ற
ஒன்று என்னை காக்கும்!

♥

நிலா!

முழு முகம் காட்டும்
முழுமதி அவள் இந்த
இன்ப பொழுதில் மட்டும்
இன்நாள் பௌர்ணமி நிலா!

குறையில்லை
அழகு!
கலக்கமில்லை
சிரிப்பு!

மின்மினுக்காத
மின்மினி!
மிஞ்சம் வைக்காத
சந்தோசம்!

தட்டில் வைத்த
சோறு!
அசைந்து அசைந்து
ஆடும் ஊஞ்சல்!

பெண்களை பொதுவாக ஏஞ்சல்
என்று வர்ணிக்கலாம்!
பெண்களை நிலா என்று
கொஞ்சி கொள்ளலாம்!

எனக்கும் என் கவிதைக்கும் !

காதல்
கசக்கவில்லை!
கனவு
கலையயவில்லை!

கற்பனை
உறங்கவில்லை!
கண்கள்
உறையயவில்லை!

காகிதம்
போதவில்லை!
கடைசி
என்பதில்லை!

எனக்கும்!
என்
கவிதைக்கும்!

காதலோடு !

வருமென்று காத்திருந்த
நாட்கள் எல்லாம்!
வரமென வரும் ஒரு
நாள் நிச்சயம்!

இன்றைய அத்தனை
கண்ணீரும்!
அன்று தரும் அத்தனை
பேரானந்தம்!

கொஞ்சம் நாட்கள்
கொஞ்சம் நேரம்
கொஞ்சம் பொறுத்து
கொள்!

நீண்ட நாட்கள்
நீண்ட நேரம்
நீயும் நானும்
காதலோடு
வாழ்வோம்!

காதல்

வார்த்தைகளில் உணர
முடியாத காதல் கூட!
நிச்சயம் வலிகளில்
உணர முடியும்!

காதல்!
உண்மையானது!
உன்னதமானது!
உயிரானது!
சுகமானது!

கண்ணீரைத் தரும்
அதே காதல் தான்!
கண்ணீரைத்
துடைக்கவும் வரும்!

காதல்!

காதல் என்பது வாழ்க்கை !

சிந்தனை செய்து
எழுதிய க(வி)தை அல்ல!
கற்பனை செய்து
எழுதிய க(வி)தை!

காதல்!

ஆசைகள் எல்லாம்
சுமந்து கொண்டும்!
திசைகள் பார்த்து
கொண்டும் வாழும்!

காதல்!

காதல் அளவில்லாமல்
சுமந்து கொண்டும்!
காலம் எதிர்பார்த்து
கொண்டும் வாழும்!

காதல்!

உயிர் முழுவதும்
சுமந்து கொண்டும்!
சுவாசம் முழுவதும்
தேடிக் கொண்டும் வாழும்!

காதல்!

இ(ரு)தயம் சுமந்து
கொண்டும்!
மனசு துடித்துத்
கொண்டும் வாழும்!

காதல்!

நினைவுகள் எல்லாம்
சுமந்து கொண்டும்!
கனவுகள் எல்லாம்
கலைந்து கொண்டும் வாழும்!

காதல்!

வாசல் வழி
தேடிக் கொண்டும்!
கண்கள் விழி
ஓடிக் கொண்டும் வாழும்!

காதல்!

காதல் மூன்று எழுத்தில்
முடிவது அல்ல!
காதல் மூன்று எழுத்தில்
தொடர்வது!

வாழ்க்கை..

அவள் ஒரு தேவதை !

சிங்கநடை சிரம் தாழ்ந்து!
சிலை போல் சேலையில்!
மெல்ல மெல்ல அடி மேல் அடி!
வைத்து அகலாத வெட்கமும்!
புன்னகையும் சிந்திக்
கொண்டே வண்ணசோலையில்
நீ நெருங்கும் முன்னே!

காலை தென்றல் அவளை
வருடும் வாசத்தில்!
என் சுவாசம் திணறி
மூச்சியின்றி
கிடக்கும் அவள்
வருகைக்காக!

என் உயிர்!

காலை உறக்கத்தில்
கலைந்து
மயக்கமாகி
போகுமே என் விழிகள்!
அவளை காணத்
வேண்டுமென்று!

அதிகாலையில் மெல்ல மெல்ல
எட்டிப் பார்க்கும் கதிரவன் போல்!
என் விழிகளும் மெல்ல மெல்ல
ஏங்கி கொண்டு இருக்குமே
அவளை காணும் நொடிக்காக!
சற்றுநேரத்தில் சட்டென்று!

வகுப்பறை நுழைவாயில்
அவள் நுழைந்ததும்
வண்ணசோலையின்
பூக்கள் மணமும்!
அவள் சேலையின்
மணமும் மாறி மாறி
உயிர்நாசியை திண்ணுமே!

ஏனோ அந்த நொடியில்
அவளுக்காக!

கவிதை எழுத அக்கனம்
வைரமுத்து அங்கு இல்லை!

அவளை வரைய அக்கனம்
இரவிவர்மன் அங்கு இல்லை!

அவள் மேல் காதல் வசப்பட
இக்கனம் தாஜ்மஹால்
தலைவன்
அங்கு இல்லை!

ஏனோ அங்கு
நான் மட்டும்
அவள் அழகின்
மயக்கத்தில்
அவளுடன்
மறைந்து கொண்டு!
அக்கனம்!

அன்றாய்
பொழுது
முழுவதும்!

பூக்கள் சுமக்காத
கூந்தல்!
புன்னகை சிதறாத
முத்துக்கள்!
அவள் மைவிழிகள்
மயங்காத விழிகள்!
பாதங்களுக்கே
பாதசுவடுத் ஆகுமே
அவள் பாத கொலுசுகள்!
புருவங்களுக்கே
முரணாக நெற்றி
பொட்டு!

போதும் அடி
பேரழகே தேவதையை
மிஞ்சும் அளவிற்கு
அழகு தானே நீ!

பெண்ணே நான் உன்னை
வர்னிக்கிறேன்
என்று ஒருபொழுதும் நினைத்து
விடாதே!

முப்பொழுதும்
நான் உன்னை ரசித்து
கொண்டு
இருக்கிறேன்!
என்று எண்ணிக்
கொள்!

ஏன் என்றால்!
உன்னை வர்ணிக்க
இவ்வுலகில்
உன் அளவிற்கு
அழகாய் இன்னும்
வார்த்தைகள்
கிடைக்கவில்லை எனக்கு!

பெண்ணே!

நீ மட்டும்
எந்த
பிரம்மன்
படைத்த படைப்பு?

தனிமை

தனிமை வெறுமையானது
சில நேரம்!
தனிமை நினைவுகளானது
சில நேரம்!

தனிமை சுகமானது
சில நேரம்!
தனிமை கொடூரமானது
சில நேரம்!

பிடிக்கும் போது
கிடைக்காத தனிமை!
பிடிக்காத போது
கிடைக்கும்!

பிடிக்காத போது
கிடைக்கும் தனிமை!
பிடிக்கும் போது
கிடைக்காது!

சில நேரம்
அடம்பிடித்து!
அழுது விடும்!

சிலநேரம்
ரசிக்கும்!
நேசிக்கும்!

இப்படியே!
நீள கூடாதா இந்த
தனிமை என்ற எண்ணம்
கூட வரும்!

எப்படியாவது
மீள கூடாதா இந்த
தனிமையில் இருந்து என்ற
எண்ணம் சில நேரம் தரும்!

தனிமையின் நிலை
என்னவென்று?
மனநிலைக்கு மட்டுமே
தெரியும்!

மீண்டும் வழிப்பயணம் !

மூன்று ஆண்டுகளுக்கு
பின் மீண்டும் ஒரு பயணம்
அப்பாதையில்!

என்றே புதைத்த
நினைவுகள்
இன்று எழுந்ததே
என்னில்

அன்று
காதல் தென்றலில்
காற்று சுவாசிக்க
மறந்த நாட்கள்
எல்லாம் நேசிக்க
வைத்த பயணமானது

இன்று

ஆண்டுகள் தான்
கடந்து
எதுவும் மாறாது
என்ற நம்பிக்கை
முதல் அடி

அன்று வந்த
அதே காதல் மயக்கம்
இன்றும்!

அன்று
வழிகள் தொடர்ந்த
பயணம்

வலிகள் சுமந்து
பயணமானது!

வழி எங்கும் என்
உடன் பயனிந்த
மரங்களும்
செடிகளும்
வயதாகிறதே தவிர
என் நினைவுகளுக்கு
இன்னும் சிறிதும்
வயது ஆகவில்லையே!

அவள் வைத்த பெயர்
வந்து அனுதினமும்
ஆசையாக
கொஞ்சிய
செல்ல பிராணியும்
என்னை காணாத
கவலையில் இன்றும்
அதே இடத்தில்
உறக்கம் கொண்டு
இருந்து..

பாவம்! அந்த
நாய்க்குட்டி
என்னை அடையாளம்
தெரியவில்லை
போல

யாரோ மாதிரி
என்னை இன்று
பார்த்துக் கொண்டு
இருந்தது
போகும் வழியில்

வளைவில் தோன்றும்
அச்சம் இன்றும் கொஞ்சம்
மிஞ்சம் இருந்தது

அன்று அவள் வருகைக்காக
காத்திருந்த விழிகள்
இன்றும் அவள்
வருகைக்காக
காத்திருந்து
அதே துடிப்புடன்

எங்கு தேடியும்
இன்று அவள்
அங்கு இல்லை

அதே காதல்
சுவாசத்துடன்
அடுத்தக் காதலை
நாடியது மனம்

அன்று பாதையில் யாரும்
இல்லாவிட்டாலும்
ஒரு நெளிச்சல் இருக்கும்
எனக்கும் அவளுக்கும்

ஆனால் இன்று
பாதைகள் கூட்டமாக
இருந்தாலும்
நான் மட்டும் தனியாக
பயனிந்தேன்

அவள் காதலோடு
அல்ல
அவள்
நினைவு

காற்றோடு

நான் அன்று
கண்ட அதே
பாதைகள் தான்
ஆனால் இன்று
நினைவுகள்
மட்டும் தான் எனக்கும்
சொந்தம்

அன்று அதே
ஒற்றையடிப் பாதையில்
இருவாகனங்கள்
பயனிக்க முடியாமல்
எதிரி போல் நின்று
கொண்டு இருக்கும்
அதற்கு இடையில் அவளிடம்
பேச கிடைக்கும்
நேரங்கள் இன்று
நினைவிற்கு சட்டென்று
எழுந்தது!

அந்திமாலையில்
ஆதவன் சிவக்கும்
வேலையில் இரு பாதையில்
ஒரு ரயில்
தொடர்வண்டி பெட்டிகளை
எண்ணி தருணங்கள்
இன்றும் சிலிர்ந்தே
என்னில்

அன்று எனக்கு
பிடித்தப் பேருந்து
இன்று எனக்கே

வித்தியாசமாக
இருந்தது

பயணங்கள்
ஓய்வெடுக்காமல்
பாதைகள்
ஓய்வெடுப்பதில்லை
என்றும்

பயணம் சிறு தூரம்
தான்
பாதை பல ஆண்டுகள்
கடந்து சென்றது
இன்று!

இருந்தும்
வழி நெடுவில்
என் விழிகள்
யாரோ தேடியது

என் கைகள்
யாரோ விட்டு
சென்றது

மீண்டும் இந்த
பயணம் சந்திக்க
எக்கணம்
எங்கு
எப்பொழுது
யார் உடன்
என்று காலத்திற்கு
மட்டும் தெரியும்..

உன்னை எப்படி கொஞ்சுவது?

உன்னை எப்படி
வர்ணிக்க?
தேவதை என்ற
காதலி என்ற
என்னவள் என்ற
ராட்சசி என்ற
நிலா என்ற
எனதுயிர் என்ற
அழகு என்ற
உன்னை எப்படி
கொஞ்சுவது
கண்ணம்மா!

நீயில்லாமல் நான் !

கனவு படுக்கையில்
என் தனிமை!
தேசம் முழுவதும் நீயும்
நிலவும் நிறைந்து!

நான் மட்டும் தனிமையில்
நனைந்து!
நகர்கிறது நொடி எல்லாம்
நரகம் போல்!

நினைத்த நொடி எல்லாம்
நீயில்லை!
நீ இருந்த நொடி நினைக்க
வில்லை!

எனக்கும் உன் நினைவு
வரும் என்றும்!
எனக்கும் இந்த தனிமை
கிடைக்கும் என்றும்!

என்றாவது ஒருநாள்
நீயில்லாமல் வாழ்வென்றும்!
அந்த ஒருநாள் உன்
நினைவுகளில் வாழ்வது
என்பது கொடுமை என்றும்!

எனக்கு அன்று தெரியவில்லை
தெரிந்து இருந்தால்!
நிச்சயம் நேசித்திருக்க
மாட்டேன்!

காதலித்திருப்போம்!
காலம் முழுவதும்
உன்னை மட்டும்!

காதல் வரமா? சாபமா ?

பருவ
கோளாறா?
வயது
கோளாறா?

என்னவென்று
தெரியவில்லை!
எனக்குள் காதல்
செய்யும் கோளாறுகள்!

உன்னை நினைப்பது
சரியா...? தவறா...?
உன்னை நினைக்காமல்
இருப்பது சரியா...?
தவறா...?

காதலும் சரி...!
கனவிலும் சரி..!
காதல் வரமா?
காதல் சாபமா?

என் கவிதையோடு நீ !

எழுதி வைத்து காத்திருக்கிறேன்
என் அத்தனை ஆசையும்!
என்றாவது ஒரு நாள் நிஜமாய்
நீ வருவாய் என்று!

நினைத்ததை எல்லாம்
எழுதி வைத்து இருக்கிறேன்!
பிடித்ததை எல்லாம்
கிறுக்கி வைத்து இருக்கிறேன்!

என் மனம் சொன்னதை
எல்லாம் எழுதி வைத்து
இருக்கிறேன்!
என் மனம் நினைத்ததை
எல்லாம் எழுதி வைத்து
இருக்கிறேன்!

எப்படியெல்லாம் வாழ
வேண்டுமோ!
அப்படியெல்லாம் கற்பனை
செய்து கொண்டு
இருக்கிறேன்!

உன்னோடு வாழாமலே
உன்னோடு வாழ்ந்து கொண்டு
இருக்கிறேன்!

கணம் கணம்
காத்திருந்து காத்திருந்து
கண்கள் உன்னை
தேடுகிறது!

நிமிடமெல்லாம் நீ
வருவாய் என்று
நினைத்து நினைத்து
எதிர்பார்க்கிறேன்!

தினம் தினம்
திசையெல்லாம்
எதிர்பார்த்து
காத்திருக்கிறேன்!

என் கவிதையோடு
நீ!
என் காதலோடு
நான்!

மரண வலி !

வலியென்றாலும்
மரண வலி!
உன் பிரிவால் எனக்கு
கிடைத்தது!

நீ எனக்கு
கொடுத்தப் பரிசு!
நான் உன்னிடம்
கேட்காதப் பரிசு!

அழுக
ஆரம்பித்தேன்!
அடம் பிடிக்க
ஆரம்பித்தேன்!

ஆனால்

இன்னும் உன்னை
மறக்க ஆரம்பிக்க..
இன்னும் உன்னை
நினைப்பதை
நிறுத்தவில்லை!

வாழ்நாட்கள் !

வாழாமல் வாழ்ந்த நாட்கள்!
பேசாமல் பேசிய நாட்கள்!
நினைக்காமல் நினைத்த நாட்கள்!
தனிமைகளோடு நான் தவித்த நாட்கள்!
உன் நினைவுகளோடு நான் வாழ்ந்த நாட்கள்!
உன் முத்தங்களோடு நான் வாழ்ந்த நாட்கள்!
உன் கைபிடித்து நான் நடந்த நாட்கள்!
உன் கூந்தலோடு நான் கலந்த நாட்கள்!
உன் உயிரோடு நான் புதைந்த நாட்கள்!
உன் இதழோடு நான் இணைந்த நாட்கள்!
உன் இதயமாய் நானிருந்த நாட்கள்!
உன் காதலோடு நான் காத்திருந்த நாட்கள்!
நீ இன்றி நான் வாழ்ந்த நாட்கள்!
உனக்குள் நான் வாழ்ந்த நாட்கள்!
இத்தனை நாட்களும் நாளும்
உன்னோடு நான் கனவில் கலையாமல் வாழ்ந்த
என் வாழ் நாட்கள்!

உனக்காக ஒரு கவிதை !

உருவமில்லா காதலுக்காக
ஒரு கவிதை!
என் உயிரில் வாழும்
காதலே உனக்காக ஒரு
கவிதை!

தேடமுடியாத காதலில்
காணத் தவிக்கிறேன்
என்னை மீண்டும்!

எங்கு தொலைந்தேன்
என்று தெரியாமல்
தேடுகிறேன் எல்லா
இடமும்!

எல்லை இல்லா அன்பு
தான் காதல் என்று தெரியாமல்
எல்லை தாண்டியும்
தேடுகிறேன்!

என்னையும் அறியாமல்
தேடுகிறேன் உன்னை

ஏனோ

உன்னை அறிந்து
கொள்ளலாம் என்ற
அறியாமையில் தான்!

உன்னை தினம் தினம் தரிசிக்க
முடியுமா என்று உனக்காக
காத்துக்கிடக்கிறேன்!

ஏனோ காதலுக்கு
உருவமில்லை என்று
தெரிந்த பின்னும்!
காண துடிக்கிறேன்!

காதலே...!

உன்னை ஒருமுறையாவது
தரிசிக்க வேண்டுமென்று!

உணர்வில் கலந்து
உன் அன்பில் வாழ்கிறேன்
காதலுடன் நான்!

நான்...

நான் சிறந்த வாசிப்பாளர்!
உன்னை நன்கு பார்த்து
புரிந்து கொண்டால்..

நான் சிறந்த எழுத்தாளர்!
உன்னை மட்டும் மீண்டும்
மீண்டும் கிறுக்குவதால்!

நான் சிறந்த நடிகர்!
உன்னிடம் மட்டும்
சிரித்துக் கொண்டே
இருப்பதால்!

நான் சிறந்த ஓவியர்!
உன்னை என்னில்
தீட்டியதால்!

நான் சிறந்த கவிஞர்!
உன்னை மட்டும் வார்த்தைகளில்
வர்ணிப்பதால்!

நான் அல்ல நாம்
சிறந்த காதலர்!

காதலால் காலம்
தாண்டி மண்ணில்
வாழ்வதால்!

உன்னையே காதல் செய்திட

கன்னி பெண்களின் கனவில்
என்ன என்ன ஆசை இருக்குமோ!
கனவிலே எத்தனை ஆண்டுகள்
வேண்டும் என்றாலும் வாழ்ந்திடுவாள்!

அவள் போல் காத்திருந்து
காத்திருந்து காலம் முழுவதும்
என்னால் வாழ முடியாது
என்பது தான் உண்மை!

ஒரு உண்மையான அன்பின்
கருமை உருவம் அதற்கு
பெயர் கனவு!
ஒரு உண்மையான காதலின்
பொய் உருவம் அதற்கு
பெயர் கற்பனை!

என் மனம் எதற்காக
ஏங்கிறது என்று தெரிகிறது
கணம் கணம் இப்படி
உன்னையே காதல் செய்திட
வேண்டும்மடி கண்ணம்மா!

நேசிப்போம்!

நீ என்னை
ரசித்தப்படி!
நான் உன்னை
ரசித்தப்படி!

நீ என்னை
நேசித்தப்படி!
நான் உன்னை
நேசித்தப்படி!

நீ என்னில்
வாசித்தப்படி!
நான் உன்னில்
வாசித்தப்படி!

உலகம் ரசித்தப்படி!
உள்ளம் நேசித்தப்படி!
உயிரில் வாசித்தப்படி!

நாளும் காதல்
கொண்டபடி!
நாம் காதல்
கொண்டாடலாம்!

காதல் சமாதானம் !

உன் ஒரு வார்த்தைக்காக
ஏங்குகிறேன்!
எனக்கு முன் நீ பேசி விடமாட்டாய்
என்ற நம்பிக்கையில்
காத்திருக்கிறேன்!

காதல் சண்டை
கணக்கில் அடங்காது!
காதல் சண்டை
நொடிகளில் அடங்காது!

சமயம் கிடைக்கும் போதெல்லாம்
உன் நினைவு வந்து செல்கிறது!
நேரம் கிடைக்கும் போதெல்லாம்
கண்ணீர் வந்து செல்கிறது!

பல முறை நானும் பேச வருவேன்
சில நொடியில் எனக்கு முன் முந்திக்
கொள்கிறது என் காதல்!

பேசிவிடலாம் என்று
நினைத்தும்!
பேசமுடியாமல் தயங்குகிறது
ஏதோ ஒன்று!

ஒரு வேளை அவளும் அப்படி தான்
இருப்பாளா – என்று எண்ணி!
சில வேளைகளில் அனுபவித்து
கொள்கிறேன் இந்த இன்பத்தையும்
நான்!

ஆயிரம் முறை சமாதானம்
சொல்லி கொள்கிறேன்!
எனக்கு மட்டும்!
ஏனோ என் மனம் நீ சமாதானம்
ஆகி விடுவாய் என்று
என்னை சம்மாளிக்கிறது!

காதல்..!

நீ !

உலகம் எவ்வளவு அதிகமானது
என்று!
உன்னை கண்ட போது தான்
கண்டேன்!

உலகம் மறந்து வாழ்கிறேன்
உன்னை நினைத்து கொண்டே!
உள்ளம் நிறைய உன்னை
மட்டும் நிரப்புகிறேன்!

உன்னையும் என்னையும்
கண்ட காதல்!
மறந்து போக வேண்டும்
காதலை!

வாழ்வதற்கும் நீ போதும்!
சாவதற்கும் நீ போதும்!
சற்றுநேரம் என்றால் உன்னோடு
வாழ வேண்டும்!
நரகம் என்றால் உன்னோடு
சாவ வேண்டும்!

ஈரெழு ஜென்மம் !

கற்பனை எல்லாம் கனவாக
இருக்கக்கூடாதா – எனக்கு..!
ஒப்பனை செய்ய ஏதும்மில்லை
உனக்கு ஈடு செய்ய – எனக்கு..!

ஒட்டுமொத்த உலகமும் உன்
காலடி சுழலும் போது – எனக்கு..!
எட்டு திசையிலும் நான் உன்னை
எண்ணி சுழலும் காதல் – நான்..!

கொஞ்சம் காதல் கொள்ளை
போனது போல – என்னில்...!
கொஞ்சும் மழலை கொட்டித் தீர்க்க
மனமே மறுபிறவி எடுத்து – எமக்கு...!

ஏழு ஜென்மம் எடுக்கும் என்
காதல் இன்று எத்தனை..!
ஏழு ஏழு ஜென்மம் எடுக்குமே
நம் காதல் தினத்தன்று..!

நன்றி!